Lakas and the Manilatown **Fish**

Si **Lakas** at ang **Isdang** Manilatown

Story / *Kuwento*
Anthony D. Robles

Illustration / *Paglalarawan*
Carl Angel

Translation / *Pagsasalin*
Eloisa D. de Jesus
Magdalena de Guzman

Children's Book Press
San Francisco, California

Para Sa Matatanda...

May isda bang nagsasalita? Makakapasok kaya ito sa mga masasalimuot na landas ng ating guni-guni, sa mga sangandaan ng kasaysayan ng tao? Kung ang isdang ito ay katulad ng isda sa ating kuwento, magagawa niyang lahat ito—at higit pa! Maipapakita niya sa atin ang mga iba't-ibang lugar sa Manilatown, kung saan nanirahan ang mga manong at manang noong mga panahong lumipas. Ang mga kabataang mambabasa ay sasali sa hagaran—lalampasan ang mga pook na, noong nagdaang panahon ay pinagkainan, pinagtawanan, pinag-iyakan, pinagmahalan at pinagpalakhan ng kanilang mga anak, tindahang sari-sari, ang bilyaran at mga pagupitan. Dito pa rin naninirahan ang mga manong. At ang mas mahalaga ay nandito sila sa ating mga puso at diwa.

Sa pagtanda ng mga bata, malalaman nila na ang mga manong ay nagsipunta sa Amerika upang paunlarin ang kanilang kabuhayan, na upang umunlad ang kanilang kabuhayan, ang kanilang mga buto ay naglagutukan, na animo'y mga baong niyog sa hirap ng kanilang gawain at trabaho. Maririnig din nila ang tinig ng boses ng mga manong at ang lawiswis ng mga kawayan na nakauglit sa kanilang kaluluwa. Malalaman din nila ang tungkol sa Silverwing Café at ang kanin na hinahain doon—na ang bawat butil ay isang patak ng luha, sa isang patak ng ulan na nasa isang bIntanang malabo ay nakalahad ang paglipas ng panahon. Madadama rin nila ang dalamhati sa International Hotel, ang mga malulungkot na mga matanda na walang tahanan na kaugnay ang mga amoy ng adobo at sinigang na isda na naluluto sa silid nilang maliliit, ang samyo ay tumataas, nahahalo sa himpapawid na animoy mabagal na sayaw.

Sa ngayong panahon ay sapat nang malaman ng mga mambabasa ang hagaran at ang mahiwagang isda. Tulungan ninyo ang inyong mga anak at sundan ang mahiwagang isda. Malalaman nila na sila mismo ay sumapit na sa Manilatown.

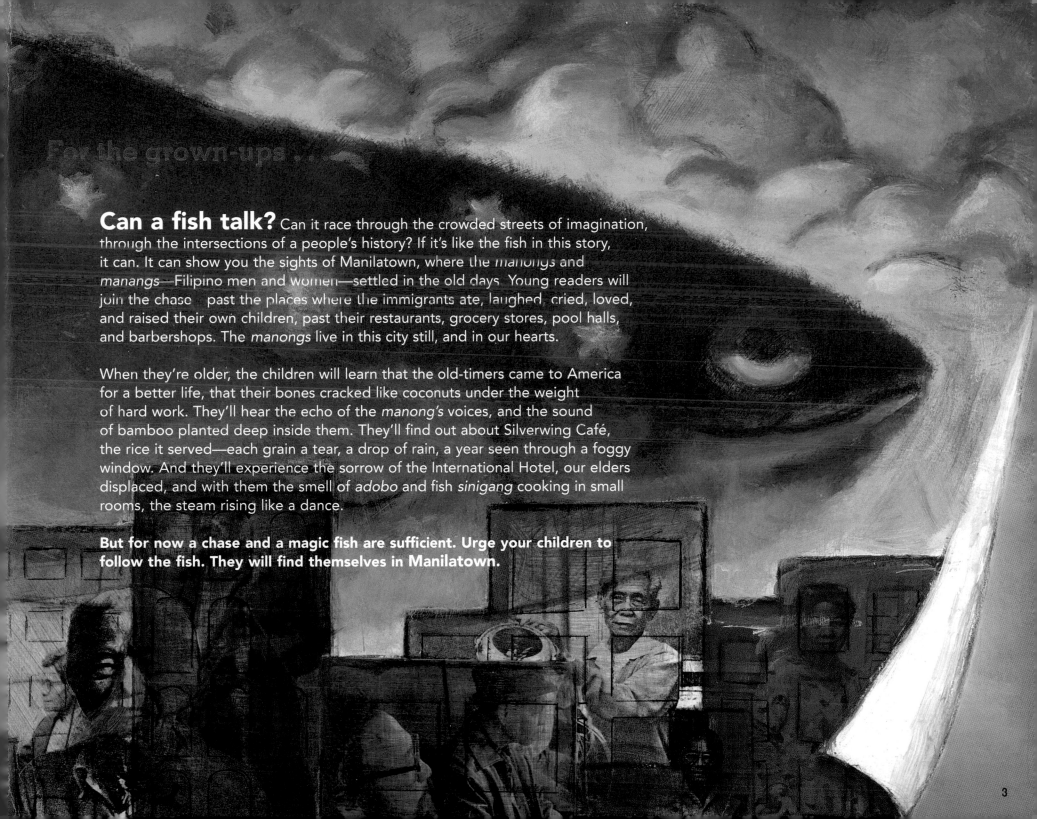

Can a fish talk? Can it race through the crowded streets of imagination, through the intersections of a people's history? If it's like the fish in this story, it can. It can show you the sights of Manilatown, where the *manongs* and *manangs*—Filipino men and women—settled in the old days. Young readers will join the chase—past the places where the immigrants ate, laughed, cried, loved, and raised their own children, past their restaurants, grocery stores, pool halls, and barbershops. The *manongs* live in this city still, and in our hearts.

When they're older, the children will learn that the old-timers came to America for a better life, that their bones cracked like coconuts under the weight of hard work. They'll hear the echo of the *manong's* voices, and the sound of bamboo planted deep inside them. They'll find out about Silverwing Café, the rice it served—each grain a tear, a drop of rain, a year seen through a foggy window. And they'll experience the sorrow of the International Hotel, our elders displaced, and with them the smell of *adobo* and fish *sinigang* cooking in small rooms, the steam rising like a dance.

But for now a chase and a magic fish are sufficient. Urge your children to follow the fish. They will find themselves in Manilatown.

**Isang gabi,
nanaginip si Lakas**
na siya daw ay
naglalaro sa liwasan.
Siya'y umugoy ng pataas
sa duyang kanyang kinauupuan
habang sinisilangan ng araw
ang kanyang mukha.
Kapagdaka'y bumaba na si Lakas
at siya'y nagtatakbo sa damuhan.
Nakarinig siya ng isang tawag sa kanya.

"Hoy, hoy, batang Pinoy!"
Hinanap ni Lakas kung sino itong tumatawag sa kanya.

"Hoy, hoy, batang Pinoy!"
tinawag siya ulit.

Sa madamong lugar ng liwasan ay may isang manong
na nakaupo sa bangko at nagpapakain ng
pirapirasong tinapay sa mga ibon.
Pinuntahan ni Lakas ang manong at kanyang tinanong.

"Ako po ba ang tinatawag ninyo?"

4

**One night,
Lakas dreamed** he was playing
in the park. He swung high on a swing.
He ran fast in the grass.
The sun shone down on him.

Lakas heard a voice call him,
"Hoy, hoy, Pilipino boy!"

Lakas looked around to see who it was.

Again the voice said,
"Hoy, hoy, Pilipino boy!"

Across the grass was a *manong* sitting on a bench.
The *manong* was a really old man.
He wore a hat. He was feeding crumbs to the birds.

Lakas walked over to the *manong* and asked,
"Did you call me?"

Napangiti ang manong.

"Oo. Batang Pinoy ka, hindi ba?"

"Paano po ninyo nalamang ako ay batang Pinoy?" ang tanong ni Lakas habang tinitingnan niya ang mga kulubot sa mukha ng manong.

"Kasi para kang isda kung tumalon. Gusto mo ba ng isda?" paliwanag sa kanya ng manong.

"Opo," ang masiglang sagot ni Lakas.

"Nakakita ka na ba ng isdang nagsasalita?" ang tanong ng manong.

"Hindi pa po," sagot ni Lakas. Napatawa ang manong.

"May alam akong isang isda na nakakapagsalita ng **Tagalog** at **Ingles**, at lumulundag at naglalaro na katulad mo."

The *manong* smiled and said, **"Yes. You are a Pilipino boy, aren't you?"**
Lakas looked at the *manong's* old brown face.

He asked, "How did you know I'm a Pilipino boy?"
The *manong* said, "Because you jump around just like a fish. Do you like fish?"

"Yeees..." said Lakas.
"Did you ever meet a fish that can talk?" the *manong* asked.
"Nooo..." said Lakas.

The *manong* laughed, "I know a fish that can speak **Tagalog** and **English**.
And he jumps and plays just like you!"

7

Talagang namangha si Lakas at nagtanong.

"Maari ko po bang makita ang isdang ito?"

"Ang isdang ito ay naninirahan sa **Manilatown.** Kung gusto mo siyang makita ay kailangang masigasig kang maghanap," ang payo ng manong kay Lakas.

"Nasaan po ba ang Manilatown?"
ang tanong ni Lakas.
Nasinagan ng araw ang mukha
ni Lakas at napakurap ito.

Nang idilat niya ang kanyang mga mata
ay wala na ang manong.

Lakas was amazed.

"I want to see this fish. Can I?"

The *manong* smiled at Lakas, and said,
"The fish lives in **Manilatown**.
If you want to find him,
you have to look very carefully."

Lakas asked the *manong*,
"Where is Manilatown?"
The sun came down on
Lakas's face.

He blinked.
And when he looked again,

**the *manong* was nowhere
to be seen.**

9

Nang magising si Lakas

mula sa panaginip niya, ang kanyang tatay ay nagluluto na ng *hot dog* at kanin para sa kanilang almusal.

Kinain ni Lakas ang kanyang almusal pero ang panaginip pa rin niya ang nasa kanyang isip.

"Tatay, nagsasalita po ba ang mga isda?"

tanong ni Lakas.

"Hindi, anak. Ang mga isda ay lumalangoy lamang," ang nakangiting paliwanag ng kanyang ama.

Naalala ni Lakas ang sabi ng manong tungkol sa isdang nagsasalita.

"Tatay, maari po bang ibili ninyo ako ng isang isda?"

muling tanong ni Lakas.

"Oo, anak. Ibibili kita ng isda pero kailangan mong magpagupit muna," sagot ng kanyang tatay.

Ang mag-ama ay lumakad patungo sa barberya.

When Lakas woke up
from his dream, his daddy was
cooking hot dogs and rice for breakfast.

Lakas ate his breakfast.
He thought about his dream.

"Daddy, can fish talk?"

Daddy smiled. "No, fish can only swim."

Lakas thought about what the *manong*
had said about the talking fish.

"Daddy, can you buy me a fish?"

Daddy looked at Lakas and said,
"Yes, Lakas, we'll get a fish. But first you need a haircut."

And off they went to the barbershop.

May apat na mga manong sa loob ng pagupitan na kasing tanda ng manong sa panaginip ni Lakas. Ang isa sa kanila ay pula ang buhok!

"Hoy, hoy, batang Pinoy," tawag ng barbero. "Maupo ka at gugupitan na kita."

"Ibibili ako ng itay ko ng isang isda," masayang sagot ni Lakas.

"Magaling! Gusto kong kumain ng isda, lalo na kung may kanin, kamatis at sili!" paliwanag ng barbero. Kinilabutan si Lakas. Ayaw niyang isiping kakanin ang kanyang isda!

"Ang mga isda po ba ay **nakapagsasalita, nakakapaglakad, at nakapaglalaro?**" ang tanong ni Lakas sa barbero.

"Oo, may alam akong isang isda na **nagsasalita, naglalakad** at **naglalaro**. Nagagawa niyang lahat iyan." **Snip, snip!**

"Pumunta ka sa **Manilatown,** sapagkat doon mo makikita ang isdang ito," sagot ng barbero habang tuloy ang paggupit sa kanya. **"Huwag kang makinig sa kanya. Wala talagang isdang ganyan!"**

sabat ng manong na may pulang buhok, sabay bahin nito— at nahulog ang kanyang pulang peluka!

"Hoy, itahimik mo ang bunganga mo," utos ng barbero sa manong.

"Lakas, kapag ikaw ay masigasig sa paghahanap ay tiyak na makikita mo ang isdang ito sa **Manilatown,"** sabi pa nito.

In the barbershop were **four *manongs***.
They were all old, as old as the *manong* in Lakas's
dream. One of them had bright red hair.
The barber sat Lakas in the barber chair.

"Hoy, hoy, Pilipino boy!" he said.

"My daddy is going to get me a fish,"
Lakas told the barber.

The barber said, "I like fish! With rice
and tomatoes and chili peppers!"

Lakas shivered. He didn't want to eat the fish.
Lakas asked the barber,
"Can fish **talk** and **walk** and **play**?"
        "Yes! There is one fish who can do it,"
the barber said.
        His shears went **snip**
                                snip!

        "Go to **Manilatown** and
        you'll find that crazy fish," said the barber.

The red-haired *manong* said,
**"No, do not listen to him!
You don't want to find a fish like that!"**

Just then the *manong* sneezed and his red wig fell off.
"Be quiet your mouth," the barber said.

"Lakas, if you just keep looking, you'll find the fish."

13

Lumabas ang mag-ama sa barberya at sila ay naglakad nang naglakad.

Hinanap nila ang isda sa Manilatown.
Ang araw ay suminag sa kanilang dalawa.

"Ito na kaya ang Manilatown?"

ang tanong ni Lakas sa kanyang sarili.

Nagpatuloy sa paglalakad ang mag-ama hanggang dumating sila sa Happy Fish Market.
Pumasok sila sa loob ng palengke. Ang daming isda! May mga isdang lumalangoy sa
mga malalaking tangke, may mga isdang nasa ibabaw ng hapag. Napansin ni Lakas
na mukhang malulungkot ang lahat ng isda maliban lang sa isa. Nakarinig si Lakas ng
isang tawag na galing sa tangke.

"Hoy, hoy, batang Pinoy!"

Lakas and his daddy left the barbershop. They walked and walked.
They were looking for a fish. The sun shone on both of them.

Lakas wondered, **"Could this be Manilatown?"**
They walked some more and soon they came to the Happy Fish Market.
Daddy and Lakas walked inside.
Fish were everywhere! On top of tables and swimming in tanks!
All the fish looked very sad, all except one.

Lakas heard a voice from the fish tank.
"Hoy, hoy, Pilipino boy!"

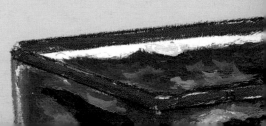

Tumingin si Lakas

sa tangke ng mga isda.

"Hoy, hoy," tawag ulit ng isda.

"Hmmm," sabi ni Lakas.
"Ang isdang ito ay nagsasalita.

Ang sabi ng manong sa aking panaginip ay para daw akong isda."

Tumingin si Lakas sa isda sa tangke.
"Ipabibili kita sa tatay ko at nang maiuwi ka namin para makapaglaro tayo."

Abalang-abala ang kanyang tatay sa pakikipag-usap sa mamang tindero.

"Bilihin ko ang isdang iyon at isisigang ko pagdating sa bahay," sabi nito.

Kinilabutan si Lakas.

Hindi niya makakain ang isdang ito!

Lakas looked at the fish in the tank.

"Hoy, hoy," said the fish again.

"Hmmm," Lakas said. **This fish could talk!**

"The *manong* in my dream said I was just like a fish," Lakas said.
"I'll ask my daddy to buy you and take you home so we can play!"

Daddy was busy talking to the Happy Fish man.
"Give me that fish in the tank. I will take him home and cook *sinigang*."

Lakas shivered.
He didn't want to eat the fish!

Inilubog ng tindero ang kanyang lambat sa tangke upang hulihin ang isda.

Walang anu-ano biglang lumundag ang isda at biglang binigyan ng isang malambing at basang halik ang tindero! **Tsup!**

Ang tindero ay nakaramdam ng matinding pagmamahal sa isda. Ang isda naman ay biglang tumakbong palabas sa pinto, patungong Kearny Street.

"Bumalik ka, mahal kong isda,"
      sabi ng tindero.
"Bumalik ka, isda," tawag ni Lakas.
"Bumalik ka, hapunan ko,"
      sigaw ng tatay ni Lakas.

Hinabol ng tindero ang isda. Hinabol din ni Lakas ang isda, at humabol din ang tatay ni Lakas sa isda.

Hinabol nilang tatlo ang isdang tumatakbo na pasakay sa isang bus na may markang

Manilatown.

18

The Happy Fish man dipped his net into the tank.

Suddenly, the fish jumped out and gave him a big wet kiss. **Smack!**
The Happy Fish man fell dizzy in love.
The fish ran out the door and toward Kearny Street.

"Come back, dear fish," said the Happy Fish man.
"Come back, fish," Lakas said.
"Come back, dinner," Daddy said.

The Happy Fish man chased after the fish. Lakas chased after the fish.
Daddy chased after the fish. They all chased after the fish,
who was heading toward a city bus.
The bus had a sign that said **Manilatown**.

19

Tumalon sa bus ang isda at binigyan
ng isang masuyo at basang halik ang binibining tsuper. **Tsup!**

Siya ay nagkaroon ng matinding pag-ibig sa isda.
Ang tsuper ay nagulat at nahulog sa kanyang upuan.
Lumundag at umupo ang isda sa upuan ng tsuper at siya na ang nagmaneho katabi ng
binibining tsuper. **"Sundan ninyo ang bus," ang utos ng tatay ni Lakas.**
"Sundan ninyo ang aking isda!" sigaw ni Lakas.

Sina Lakas, ang kanyang ama at ang tindero ay humabol sa bus na mabilis
na patungo sa Kearny Street. **Brmmm! Toot!**

The fish jumped on the bus.

He gave the driver a big wet kiss. **Smack!**

The bus driver fell dizzy in love.

She fell out of her seat in surprise. The fish jumped in her seat.

He drove off with her bus.

"Follow that bus," Daddy said.
"Follow my fish," Lakas said.

Lakas, Daddy, and the Happy Fish man all ran after the bus,
which was zooming down Kearny Street.

Brmmm! Toot!

Nagmaneho nang **nagmaneho ang isda**
sa lahat ng lugar sa **Manilatown**. Nadaanan nila ang International Hotel,
lampas ng Lucky 'M' Pool Hall. Nilampasan din nila ang Silverwing Café at
ang Bataan Drugstore. Biglang huminto ang bus. **Skreeech!**
Lumuksong palabas ang isda patungong Kearny Street.

May isang manong na nakatayo sa kanto.
Binigyan ng isda ang manong ng isang masuyo at basang halik. **Tsup!**

Napamahal sa manong ang isda. Kinuha ng isda ang mga suot ng manong—
ang kanyang sumbrero, kamisadentro, pantalon pati na ang kanyang ngiping pustiso!

**Iniwanan ng isda ang manong na walang suot kundi ang kanyang
karsunsilyong may dibuhong isda.**

22

The fish drove and drove through the heart of **Manilatown**,
past the International Hotel and past the Lucky 'M' Pool Hall.
They drove past the Silverwing Café and the Bataan Drugstore.
The bus stopped, **Skreeech**, all of a sudden.
The fish jumped off the bus. He ran down Kearny Street.

He came to a *manong* standing on the street corner.
The fish gave the *manong* a big wet kiss. **Smɑck!**

The *manong* fell dizzy in love. The fish took off with his hat,
his shirt, his pants, and his teeth.

**The *manong* was left wearing nothing
but his fish-print underwear.**

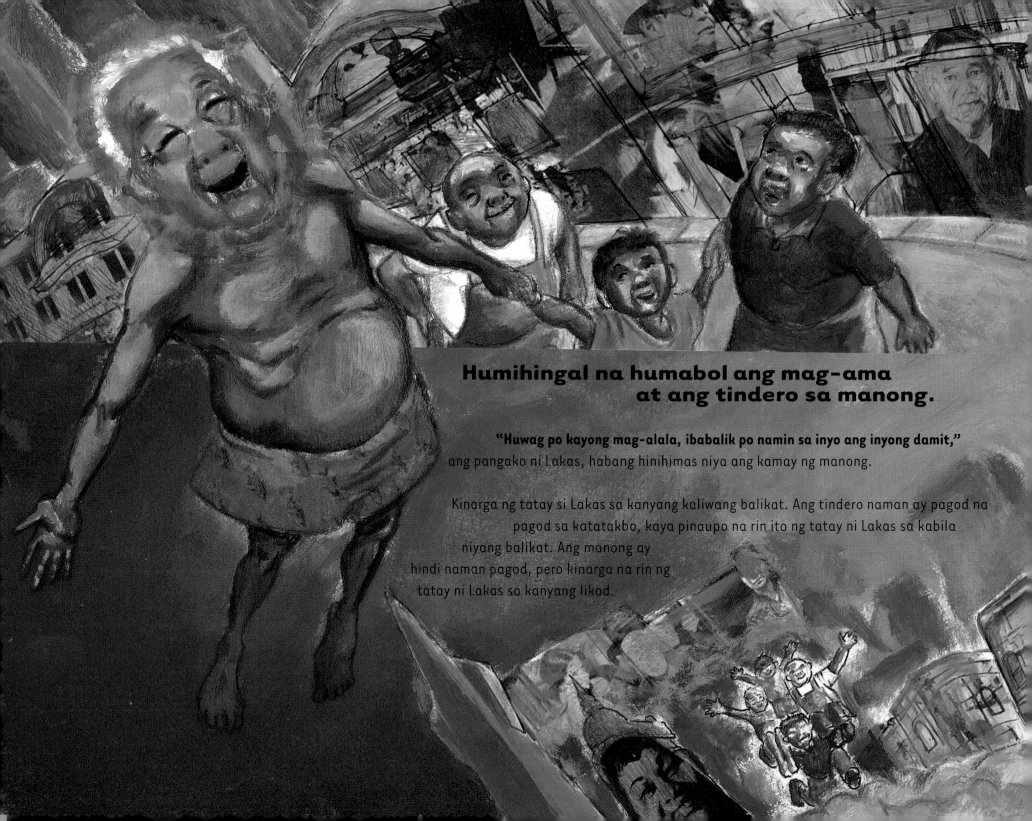

**Humihingal na humabol ang mag-ama
at ang tindero sa manong.**

"Huwag po kayong mag-alala, ibabalik po namin sa inyo ang inyong damit,"
ang pangako ni Lakas, habang hinihimas niya ang kamay ng manong.

Kinarga ng tatay si Lakas sa kanyang kaliwang balikat. Ang tindero naman ay pagod na
pagod sa katatakbo, kaya pinaupo na rin ito ng tatay ni Lakas sa kabila
niyang balikat. Ang manong ay
hindi naman pagod, pero kinarga na rin ng
tatay ni Lakas sa kanyang likod.

Lakas, Daddy, and the Happy Fish man ran up to the *manong*.

They were huffing and puffing. Lakas took the *manong*'s hand.
"Don't worry, *manong*, we'll get your clothes back . . . and your teeth."

Daddy put Lakas on his shoulders.
The Happy Fish man was tired from running, so Daddy put him
on his shoulders, too. The *manong* wasn't tired.
But Daddy gave him a piggyback
ride anyway.

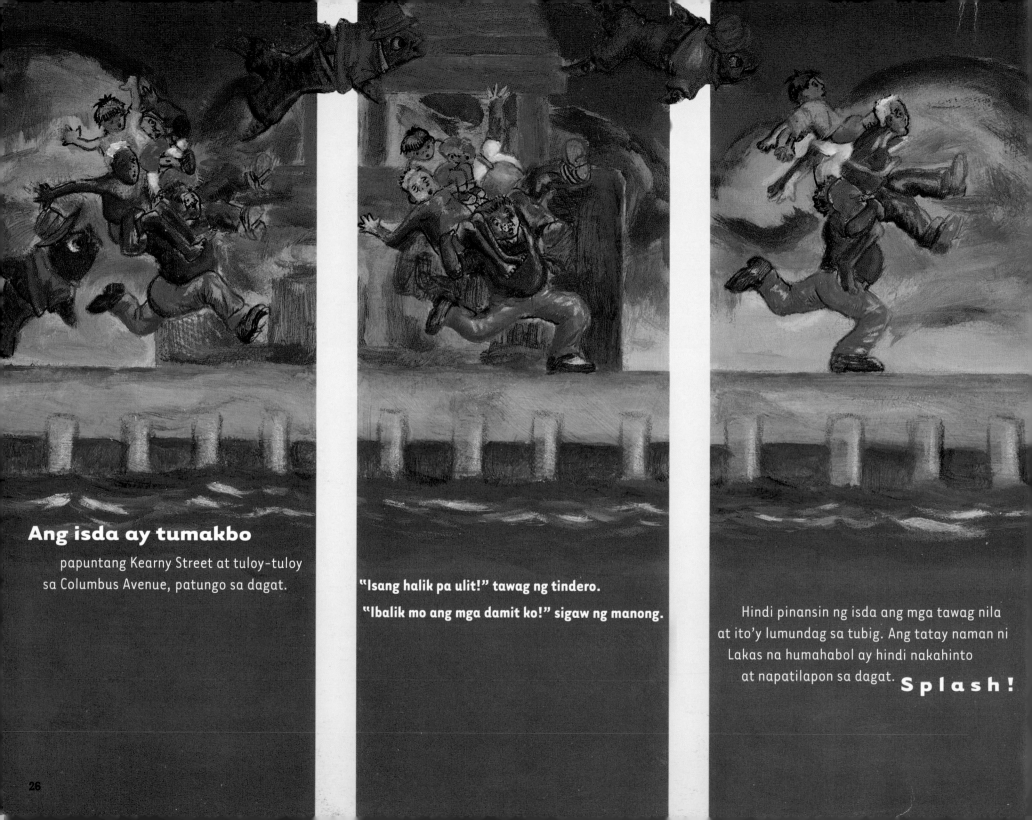

Ang isda ay tumakbo

papuntang Kearny Street at tuloy-tuloy
sa Columbus Avenue, patungo sa dagat.

"Isang halik pa ulit!" tawag ng tindero.

"Ibalik mo ang mga damit ko!" sigaw ng manong.

Hindi pinansin ng isda ang mga tawag nila
at ito'y lumundag sa tubig. Ang tatay naman ni
Lakas na humahabol ay hindi nakahinto
at napatilapon sa dagat. **Splash!**

26

The fish ran down Kearny Street,
all the way down Columbus Avenue, and all the way to the bay.

"Give me another kiss," the Happy Fish man called.
"Give me my clothes," the *manong* called. **"Give me back my teeth!"**

The fish jumped into the water. Daddy couldn't stop.
He ran right into the water. S p l a s h !

Ang manong ay natalisod, at nahulog sa tubig.
Ang tindero naman ay mipit ang kanyang ilong sa pagitan ng kanyang mga daliri, at napabagsak sa tubig.
Si Lakas at ang kanyang tatay ay nagkahawak kamay at nagtampisaw sa tubig.

"Saklolo! Saklolo!" ang iyak ni Lakas.
"Ang lamig-lamig naman ng tubig," reklamo ng tatay ni Lakas.
"Glug, glug!" iyak ng tindero at ng manong.

Ang lahat ng ito ay naririnig ng isda. Hinila niya si Lakas at ang kanyang ama mula sa tubig. Hinila din niya ang tindero at ang manong sa tubig.

Pagkaligtas ng isda sa kanilang lahat, umupo muna sila sa dalampasigan habang nanginginig sa ginaw. Ibinalik ng isda sa manong ang kanyang pantalon at binalabal ang kamisadentro ng manong kay Lakas. Sumilay ang araw at nawala ang lamig sa kanilang katawan.

28

The *manong* did a flip and fell into the water first.
The Happy Fish man held his nose and hit the water.
Lakas and Daddy splashed, holding hands.

"Help! Help!" cried Lakas.
"The water is so coooold," cried Daddy.
"Gurgle-gurgle!" cried the Happy Fish man
and the *manong* together.

The fish heard them. He pulled Daddy and Lakas out of the water.
He pulled the Happy Fish man and the *manong* out of the water.
They all sat and shivered on the ground.
The fish gave the *manong* back his pants, his hat, and his teeth.
Then he wrapped the *manong's* shirt around Lakas.
The sun warmed their skin.

Nang mahusay na ang pakiramdam nilang lahat,
nagtanong ang tatay ni Lakas,
"Sino sa inyo ang nagugutom?"
"Ako," sagot ng tindero.
"Ako rin," sagot ng manong.

"Hoy, hoy, gutom din ako, batang Pinoy!" sagot ng isda.

"Palagay ko, ang ating hapunan ay walang kasamang sinigang na isda," sabi ng tatay ni Lakas.

Ang buong maghapon ay naubos sa pagkain ng kanin, kamatis at sili, **samantalang si Lakas at ang kanyang isda ay masayang naglalaro sa malaking banyera.**

When everybody was
nice and warm,

Daddy asked, "Who's hungry?"
   "I am," said the Happy Fish man.
   "I am," said the *manong*.

   "Hoy, hoy, me too, Pilipino boy," said the fish.
   "I guess that means no fish stew for dinner," said Daddy.
   Lakas and the fish both nodded their heads "yes."
   And they spent the rest of the afternoon eating
      plain rice and tomatoes and chili pepper.

   Oh, and playing in the bathtub with the fish.

About Manilatown...

Americans of Filipino—or, in the Tagalog pronunciation, Pilipino—heritage have been in California since the 16th century. By the 1920s, there were almost 40,000 Filipinos in San Francisco. Most of them were male (they were merchant seamen, cannery workers, and seasonal farm workers) and most of them lived in a 10-square-block area around Kearny and Jackson Streets. This was the area called Manilatown. Since Filipinos were not allowed to own property or live anywhere else in the city, many stayed in boardinghouses or in hotels like the International Hotel. Manilatown, and especially the International Hotel itself, became the heart of the San Francisco Filipino community.

In 1977, the International Hotel was the site of a major civil rights demonstration when 3,000 protesters formed a human barricade around the building to keep the elderly tenants from being evicted. Ultimately, this building—which had been, at one and the same time, community center, historical monument and longtime home to nearly 200 residents—was demolished. In its place remains the hope that an even stronger community will arise from its rubble and preserve the proud heritage of the *manongs* who lived there.

Story copyright © 2003 by Anthony D. Robles
Illustrations copyright © 2003 by Carl Angel

Editor: Ina Cumpiano
Assistant Editor: Dana Goldberg
Design and Production: Terrazas Design, San Francisco

Our thanks to: Melinda de Jesús, Helen Toribio, Al Robles, Cindy Sacramento, Eduardo and Christian Datangel, Nancy Hom, and the Kearny Street Workshop, Manilatown Heritage Foundation, Nazario Orpilla, Imelda Cruz, Rod Lowe, and the rest of staff of CBP.

Library of Congress Cataloging-in-Publication Data
Robles, Anthony D.
Lakas and the Manilatown Fish / Anthony D. Robles ;
Carl Angel, illustrator.
p. cm.
Summary: A boy, his father, and an increasing number of people rush through the streets of San Francisco's historic Filipino American neighborhood, Manilatown, in pursuit of a fish that can talk and jump and play.
ISBN 0-89239-182-0
[1. Fish—Fiction. 2. Filipino Americans—Fiction.
3. San Francisco (Calif.)—Fiction.] I. Angel, Carl, ill. II. Title.
PZ7.R56985 Lak 2003
                    2002067732

Printed in Hong Kong through Marwin Productions:
10 9 8 7 6 5 4 3 2 1

Distributed to the book trade by Publishers Group West. Quantity discounts are available through the publisher for educational and nonprofit use.

Children's Book Press is a nonprofit publisher of multicultural literature for children, supported in part by grants from the California Arts Council. Write us for a complimentary catalog: Children's Book Press, 2211 Mission Street, San Francisco, CA 94110, (415) 821-3080. Visit our website at www.childrensbookpress.org

Dedications

Love and thanks to the Creator for an empty belly and for filling it with poems. Thanks to Him for my son, Lakas, the smiling little boy with the big eyes. Love to my mother and father and the spirits of my grandparents. Thanks to Carl Angel's brown hands painting poems across the sky. Thanks to my uncle Al Robles, the poet. He is the heart and soul of this story. Without him, it wouldn't have been written. Love to all who read this story and to all who will add to it.

Anthony D. Robles

This book is dedicated to everyone who follows a dream, even if it means swimming upstream.

Carl Angel